பசுமைக் கதைகள்

கதை-102

ஓநாயும் வம்பட்டும்

ஆசிரியர் & வெளியீட்டாளர்

டி.கே.மணியன்

15 Tampines Lane,
Singapore=528478.
HP: (65) 94508566.

பசுமைக் கதைகள்

கதை- 102

ஓநாயும் வம்பட்டும்

பதிப்பு: 01

விலை:

ISBN No:

ஆசிரியர் பற்றி

கதைகளுக்கு இளம் மனங்களில்
அன்பின் விதைகளை
விதைக்கும் சக்தி உண்டு

ஓய்வு பெற்ற, கதை
சொல்பவரான மணியன், அந்த
விதைகளுக்கு நீர் ஊற்ற
"பசுமைக் கதைகள்" என்ற
நூலினை உருவாக்கியுள்ளார்.

தனது பேரனின் வெகுளித்தனம்
மற்றும் இயற்கை உலகின்
அழகிலிருந்து உத்வேகம் பெற்று,
அவரது புத்தகக் கதைகள்
இக்காலக் குழந்தைகளைத்
திரைகளில் இருந்து விலகி,
பசுமையான காடுகள் மற்றும்
பேசும் புலிகளின் உலகில்
அடியெடுத்து வைக்க
அழைக்கின்றன.

ஓநாயும் வம்பட்டும்

கதைச் சுருக்கம்

வாக்ஸ் (Wax) என்ற ஓநாயும் பேர்ட் (Burt) என்ற வம்பட்டும் ஒரு பண்டைய நிலவுப் பள்ளத்தாக்கு (Moon Valley) கோவிலைக் தற்செயலாகக் கண்டறிந்தனர். அங்குள்ள படிகக் காவலர்கள் ஊடுருவியவர்களைச் சிறைபிடித்தனர் - மின்னாற்றல் கூண்டுகள் சட்டென்று மூடிக்கொண்டன! பேர்ட் சுரங்கம் தோண்டித் தப்பினார்; வாக்ஸ் இடிந்து விழும் மண்டபங்களிலிருந்து அதிவேகமாக ஓடி வெளியேறினார். உள்ளே இருந்த "விண்மீன் துகள்" (Stardust) புதையல், பள்ளத்தாக்கின் வறட்சியைப் போக்கியது. விடுதலையான அவர்கள் வெளியே குதித்து வந்தனர் - "கோவில் ஏமாற்றுக்காரர்கள்!" என்று சிரித்தபடி பேர்ட் கூறினார்.

ஓநாயும் வம்பட்டும்

டி.கே.மணியன்

மூன் வேலி (நிலவு பள்ளத்தாக்கு) மிகவும் தாகமாக இருந்தது. புற்கள் அனைத்தும் காய்ந்த வைக்கோல் நிறத்தில் மாறியிருந்தன, நதி வெறும் காய்ந்த கூழாங்கற்களின் பாதையாக மட்டுமே இருந்தது.

நீண்ட வாலைக் கொண்ட வாக்ஸ் (Wax) என்ற மினுமினுக்கும் வெள்ளி ஓநாய், வெறுமையான வானத்தைப் பார்த்தது. "நமக்கு ஒரு அதிசயம் தேவை, பெர்ட்," என்று பெருமூச்சு விட்டான்.

பெரிய, புழுதி படிந்த பாதங்களைக் கொண்ட உருண்டையான மற்றும் வலிமையான வொம்பாட் பெர்ட் (Burt), தலையசைத்தார். "எனக்கு ஒரு இடம் தெரியும்," என்று மூடுபனி மலைகளை நோக்கி சுட்டிக்காட்டி பெர்ட் கூறினார். "அது நட்சத்திரங்களின் பழங்கால ஆலயம்."

அவர்கள் வெப்பத்தில் நடந்து ஒரு மறைவான பள்ளத்தாக்கை அடைந்தனர். அங்கே, இரண்டு பெரிய பாறைகளுக்கு இடையில், சர்க்கரை போல மின்னும் வெள்ளை கல்லால் ஆன ஆலயம் அமைந்திருந்தது

. அதன் நுழைவாயில் ஒரு பெரிய பிறை நிலவு வடிவத்தில் இருந்தது. "இது அழகாக இருக்கிறது," என்று வாக்ஸ் கிசுகிசுத்தான், அவனது காதுகள் உற்சாகத்தில் துடித்தன.

பெர்ட் தனது சிறிய சாகசப் பையை சரிசெய்தார். "இது மிகவும் பழமையானது கூட," பெர்ட் நினைவுப்படுத்தினார். "கவனமாக காலடி எடுத்து வை, வாக்ஸ்!"

உள்ளே, காற்று குளிர்ச்சியாகவும் மழை வாசனை வீசுவதாகவும் இருந்தது. ஒளிரும் நீல பாசி சுவர்களில் வளர்ந்து, அவர்களின் பாதையை விளக்கியது.

அவர்கள் பண்டைய வீரர்களின் உயரமான சிலைகளைக் கடந்து சென்றனர். "புதையல் உண்மையானது என்று நினைக்கிறாயா?" என்று வாக்ஸ் கேட்டான், அவனது வெள்ளி ரோமம் பாசி வெளிச்சத்தில் மின்னியது.

பெர்ட் தனது நகங்களால் தரையைத் தட்டினார். "நட்சத்திர தூசி (Stardust) எந்த நிலத்தையும் குணப்படுத்தும் என்று புராணக்கதைகள் கூறுகின்றன," என்று பெர்ட் பதிலளித்தார். "நாம் அந்தப் பெரிய மண்டபத்தைக் கண்டுபிடிக்க வேண்டும்."

திடீரென்று, ஒரு சத்தமான 'கிளிங்-கிளாங்க்' ஒலி மண்டபத்தில் எதிரொலித்தது. இருளிலிருந்து கிறிஸ்டோர் (Crystor) என்ற ராட்சத ஆலயம் காவலன் வெளியே வந்தான்,

அவன் முழுவதும் கூர்மையான நீலப் படிகங்களால் ஆனவன். அவனுக்கு வாய் இல்லை, ஆனால் தரையை அதிர வைக்கும் ஒரு ரீங்கார ஒலியை எழுப்பினான்.

கிறிஸ்டோர் தனது ஒளிரும் கைகளை உயர்த்தினான், அவனது மார்பில் இருந்த கற்கள் பிரகாசமான, எச்சரிக்கை ஒளியுடன் துடிக்கத் தொடங்கின. வாக்ஸ் மற்றும் பெர்ட் அப்படியே உறைந்து நின்றனர்.

அவர்கள் ஓடுவதற்குள், கிறிஸ்டோர் தனது முஷ்டிகளை தரையில் ஓங்கி அடித்தான். 'ஜப்!' என்று சத்தத்துடன், மின்னாற்றல் கொண்ட இரண்டு தங்கக் கூண்டுகள் கூரையிலிருந்து கீழே விழுந்தன.

வாக்ஸ் ஒன்றிலும், பெர்ட் மற்றொன்றிலும் சிக்கிக்கொண்டனர். வாக்ஸ் குரைத்து கம்பிகளுக்கு எதிராக குதித்தான், ஆனால் அவை கல்லைப் போல உறுதியாக இருந்தன.

"நாம் மாட்டிக்கொண்டோம்!" என்று வாக்ஸ் அழுதார், அவனது வால் சோகத்தில் தொங்கியது. கிறிஸ்டோர், குளிர்ந்த நீல ஒளியுடன் மின்னிக்கொண்டு காவலுக்கு நின்றான்.

பெர்ட் பதறவில்லை. அவர் ஒரு வொம்பாட், வொம்பாட்களுக்கு நெருக்கடியான இடங்களில் இருந்து வெளியேறுவது பற்றி நன்றாகவே தெரியும்.

"ஆற்றல் கூண்டுகள் தரை வரை மட்டுமே செல்கின்றன," என்று. பெர்ட் வாக்ஸிடம் கிசுகிசுத்தார். "ஆனால் அவை தரைக்குக் கீழே போகாது!" பெர்ட் தனது முழு பலத்துடன் தோண்டத் தொடங்கினார்.

அவரது வலுவான நகங்கள் பழங்கால கல் ஓடுகளை கிழித்து, தூசியை எங்கும் பறக்கவிட்டன. அவர் சுரங்கம் தோண்டுவதில் ஒரு சாம்பியன், ஒரு சிறிய மந்திரம் அவரைத் தடுத்து நிறுத்த அவர் அனுமதிக்கப்போவதில்லை.

சிறிது நேரத்தில், பெர்ட்டின் தலை வாக்ஸின் கூண்டுக்குள்ளேயே மேலே எட்டிப்பார்த்தது! அவர் ஆற்றல் கம்பிகளுக்கு அடியில் சுரங்கம் தோண்டியிருந்தார். "என்னை பின்தொடர்!" என்று பெர்ட் கீச்சிட்டார்.

வாக்ஸ் தனது நீண்ட, ஒல்லியான உடலை அந்தச் சுரங்கத்திற்குள் நுழைத்து, பெர்ட்டைப் பின்தொடர்ந்து சுதந்திரத்தை நோக்கிச் சென்றான். அவர்கள் தரைக்கு அடியில் ஊர்ந்து சென்று ஒரு பெரிய கல் தூணின் பின்னால், கிறிஸ்டோரின் பார்வைக்கு அப்பால் வெளியே வந்தனர்.

"சிறப்பாகத் தோண்டினாய், பெர்ட்!" என்று வாக்ஸ் கிசுகிசுத்து, தனது நண்பனை மகிழ்ச்சியுடன் சீண்டினான்

மண்டபத்திற்குள் சென்று அதைக்கண்டனர்: சுழலும், மின்னும் வெள்ளி மணல் நிரம்பிய ஒரு கண்ணாடி ஜாடி.

அதுதான் நட்சத்திர தூசி (Stardust)! அது அறையில் உள்ள ஒவ்வொரு நிழலையும் விரட்டும் அளவுக்குப் பிரகாசமாக ஒளிர்ந்தது.
"கண்டுபிடித்துவிட்டோம்!" என்று வாக்ஸ் உற்சாகக் குரல் எழுப்பி, ஜாடியை கவனமாக எடுத்தான்.

ஆனால் அவன் அதைத் தொட்டவுடன், ஆலயம் ஒரு நீண்ட, தாழ்வான முனகல் சத்தத்தை எழுப்பியது. தரை நடுங்கத் தொடங்கியது, மற்றும் உயர்ந்த கூரையிலிருந்து தூசி விழ ஆரம்பித்தது

"ஆலயம் விழித்துக்கொள்கிறது!" என்று பெர்ட் கத்தினார், அருகில் ஒரு பெரிய பாறை விழுந்து நொறுங்கியது. மண்டபங்கள் இடியத் தொடங்கின! வெளியேறும் வழி வெகு தொலைவில் இருந்தது,

மேலும் பாதை விழும் கற்களால் நிரம்பிக்கொண்டிருந்தது. இப்போது கிறிஸ்டோர்கள் எங்கும் இருந்தனர், அவர்களின் படிக உடல்கள் உடைந்த கண்ணாடியைப் போல ஒன்றோடு ஒன்று மோதின.

"நாம் நகர வேண்டும், நாம் வேகமாக நகர வேண்டும்!" என்று பெர்ட் தனது பையை கெட்டியாகப் பிடித்துக்கொண்டு கத்தினார்.

"என் மீது ஏறு!" என்று வாக்ஸ் கட்டளையிட்டான். பெர்ட் ஓநாயின் அகலமான முதுகில் ஏறி அவனது வெள்ளி ரோமங்களைப் பற்றிக்கொண்டார். வாக்ஸ் ஒரு தோட்டா போலப் பாய்ந்து ஓடினான். மூன் வேலிலேயே அவன்தான் வேகமான ஓநாய்,

இப்போது அவன் இன்னும் வேகமாக இருக்க வேண்டியிருந்தது. விழும் பாறைகளுக்கு மேல் குதித்தும், மூடிக்கொண்டிருக்கும் கதவுகளுக்கு இடையிலும் அவன் பாய்ந்து சென்றான்.

ஆலயம் அவர்களைச் சுற்றி இடிந்து விழும் போது, அவன் ஒவ்வொரு தடையையும் சரியான நேரத்தில் தவிர்த்து, ஒரு வெள்ளி மின்னல் போலச் சென்றான்.

ஒரு இறுதி, மிகப்பெரிய பாய்ச்சலுடன், வாக்ஸ் அந்தப் பிறை நிலவு வடிவ நுழைவாயில் மூடுவதற்குள் அதன் வழியாக வெளியே பாய்ந்தான்.

அவர்கள் பள்ளத்தாக்கின் மென்மையான புல்வெளியில் விழுந்து, நிற்கும் வரை உருண்டு கொண்டே இருந்தனர். அவர்கள் புழுதியால் மூடப்பட்டு மூச்சுத் திணறினர், ஆனால் அவர்கள் பாதுகாப்பாக இருந்தனர்.

அவர்களுக்குப் பின்னால், ஆலயம் மலைகளின் அமைதிக்குள் மீண்டும் அடங்கியது. அவர்கள் பழங்காலப் பொறிகளிலிருந்து தப்பித்துவிட்டனர்!

அவர்கள் பள்ளத்தாக்கிற்குத் திரும்பி, அந்த வறண்ட காற்றில் நட்சத்திர தூசியைத் தூவினார்கள். உடனடியாக, கனமான மழை மேகங்கள் திரண்டன, குளிர்ந்த மூடுபனி நிலத்தை மூடியது.

புல் பச்சையாக மாறியது, நதி மீண்டும் பாடத் தொடங்கியது. மூன் வேலியின் விலங்குகள் தங்கள் ஹீரோக்களைப் பாராட்டின. "ஆலய தந்திரக்காரர்கள்!" என்று அவர்கள் கோஷமிட்டனர்.

வாக்ஸ் மற்றும் பெர்ட் ஒருவருக்கொருவர் புன்னகையைப் பகிர்ந்துகொண்டனர். அது அவர்கள் மேற்கொண்டதிலேயே சிறந்த சாகசமாகும்.

நீதி "நட்பும் ஒற்றுமையும் இருந்தால், எத்தகைய கடினமான தடைகளையும் வென்று சாதிக்கலாம்."

இது போன்ற

பல

வியப்பூட்டும்

கதைகள்

விரைவில்

வரவிருக்கின்றன..

இந்தக்கதைகள்

ஆங்கிலத்திலும்

கிடைக்கும்

பசுமையை மீட்போம்
இயற்கையை நேசிப்போம்
பூமியைக் காப்போம்

www.ingramcontent.com/pod-product-compliance
Lightning Source LLC
LaVergne TN
LVHW051132210926
848482LV00001B/70
* 9 7 9 8 9 0 3 9 2 1 1 6 4 *